MAZE

FOR KIDS

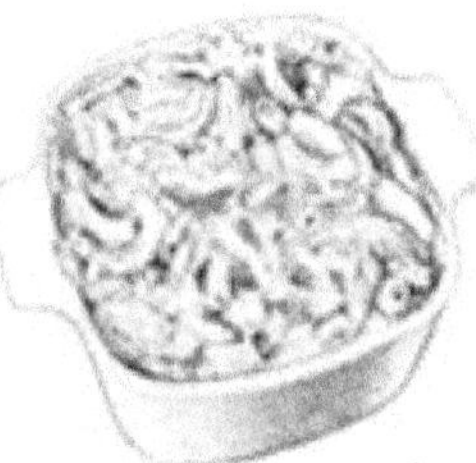

MAZE BOOK

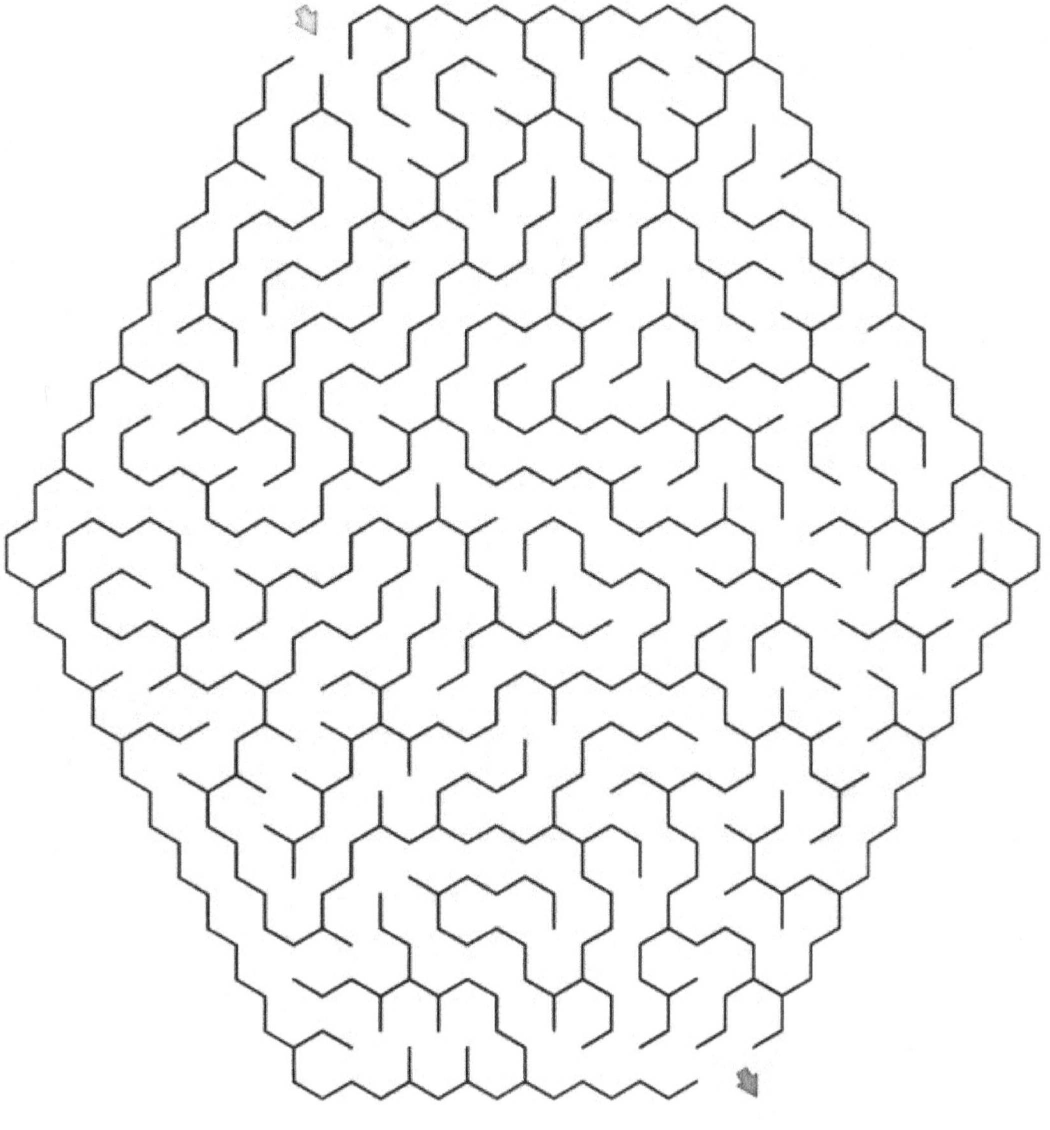

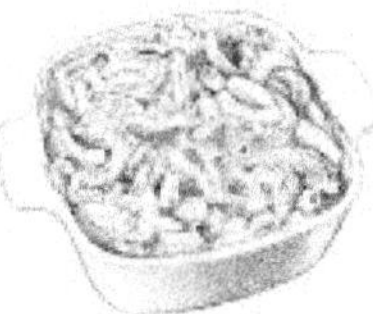

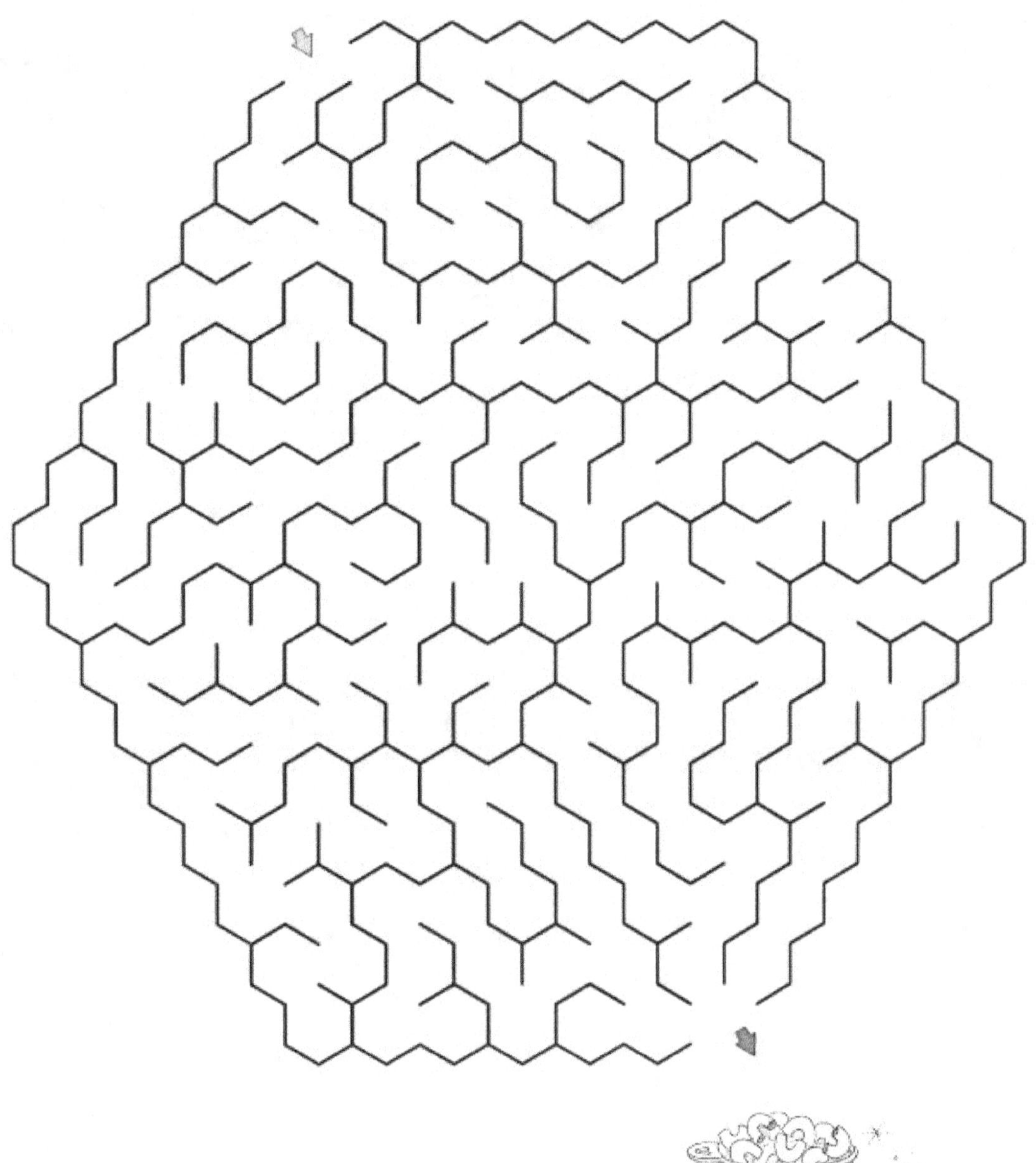

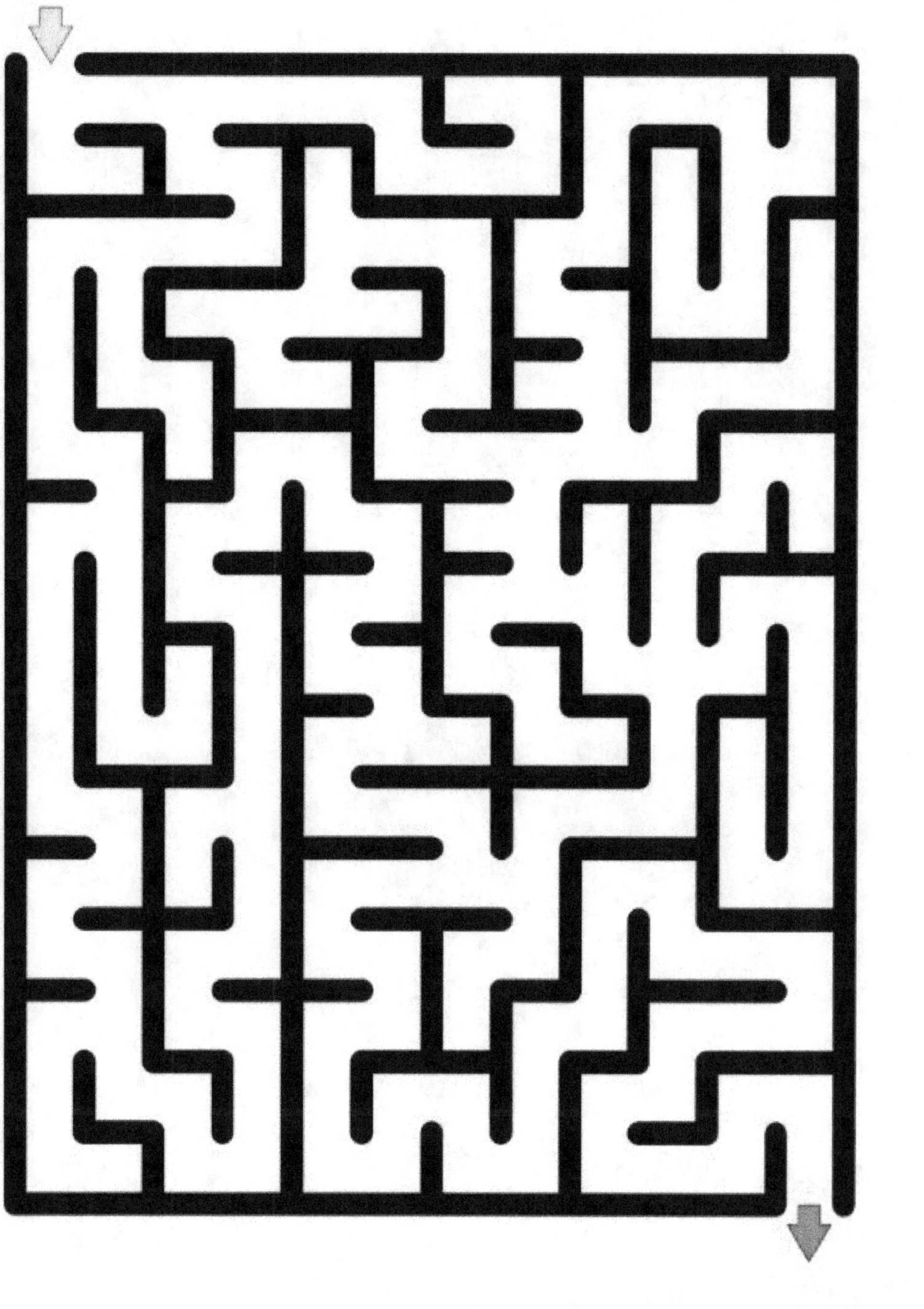

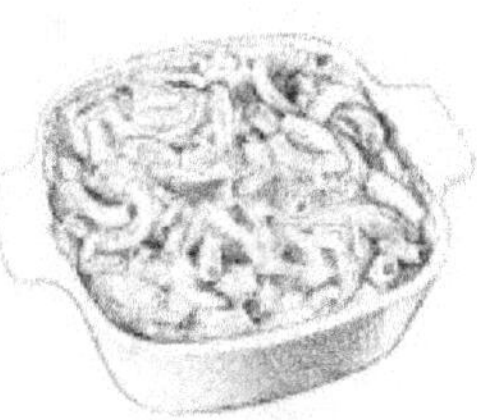

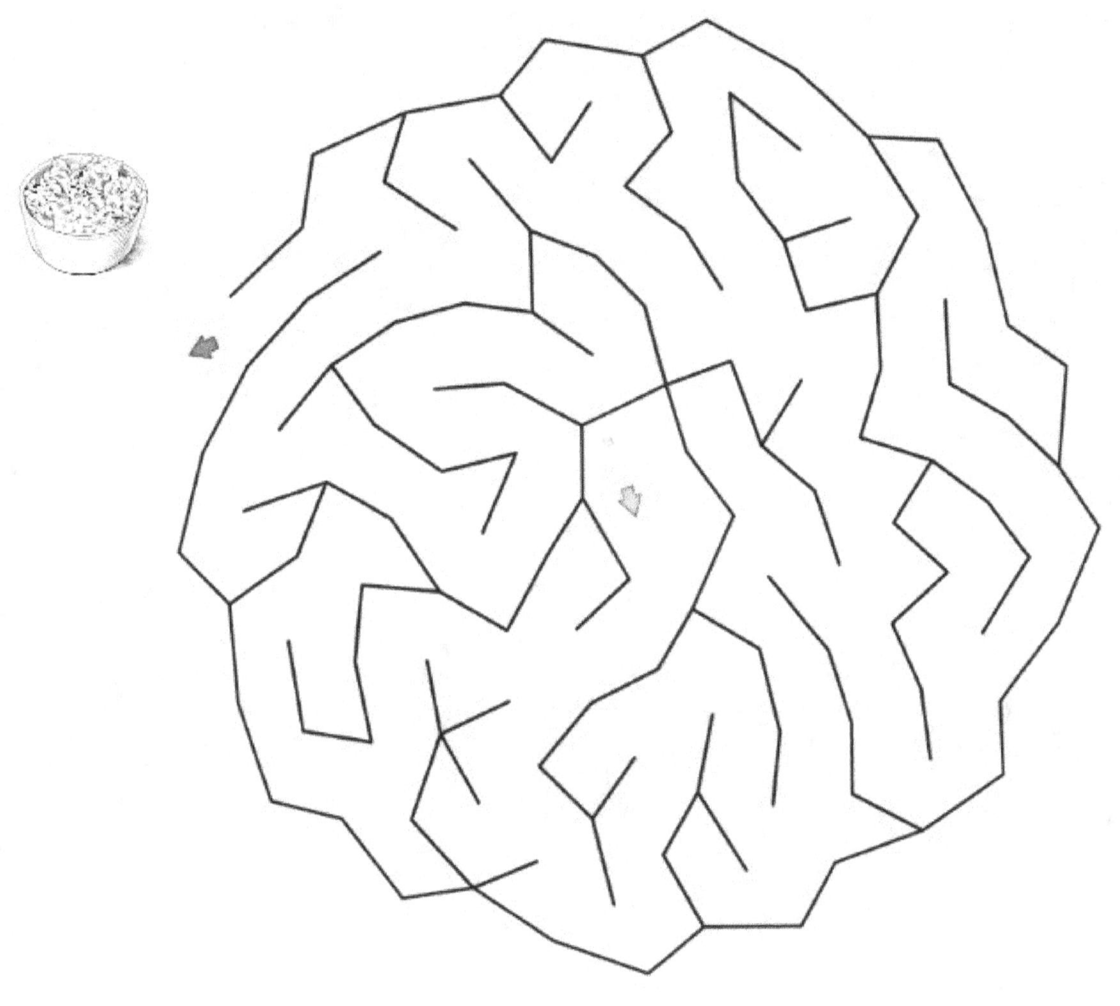

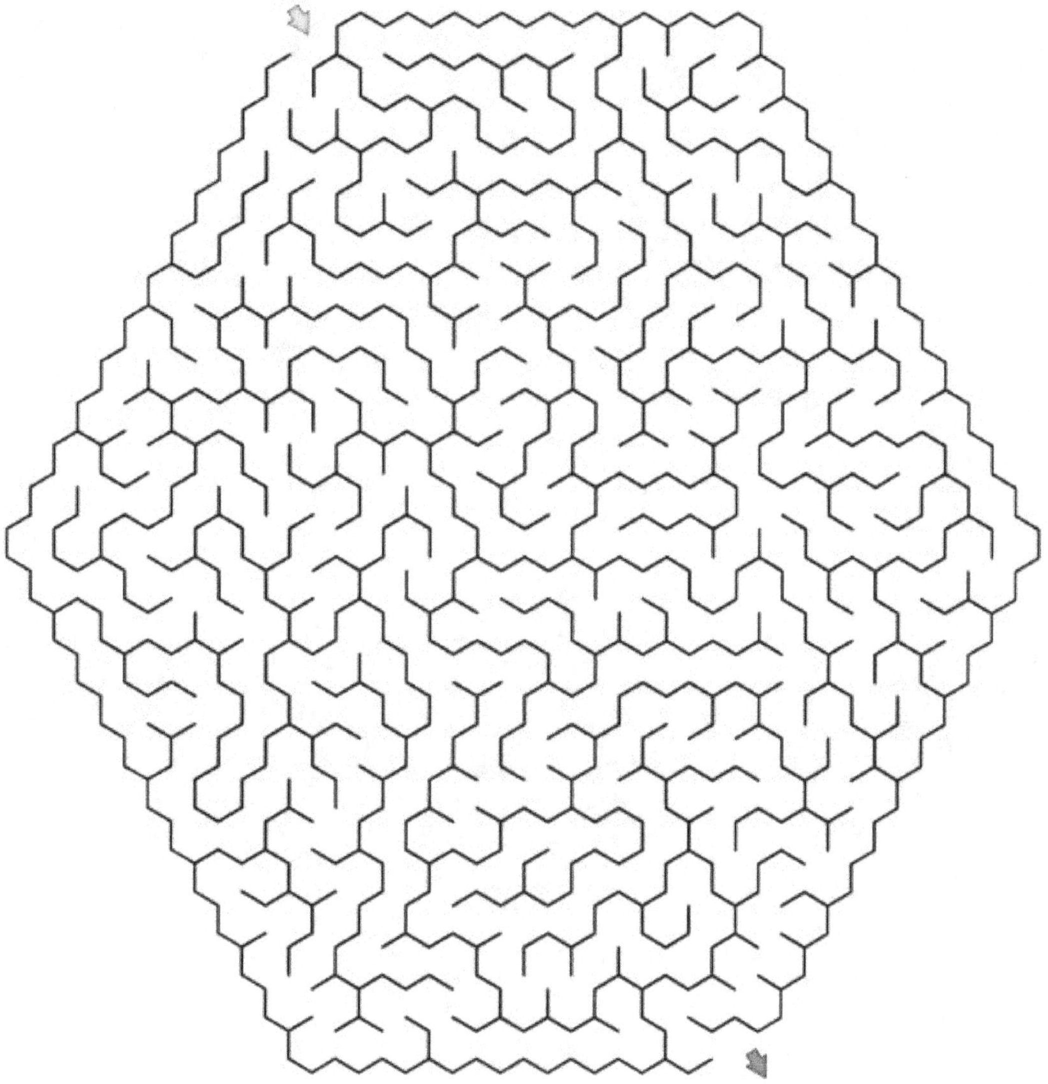

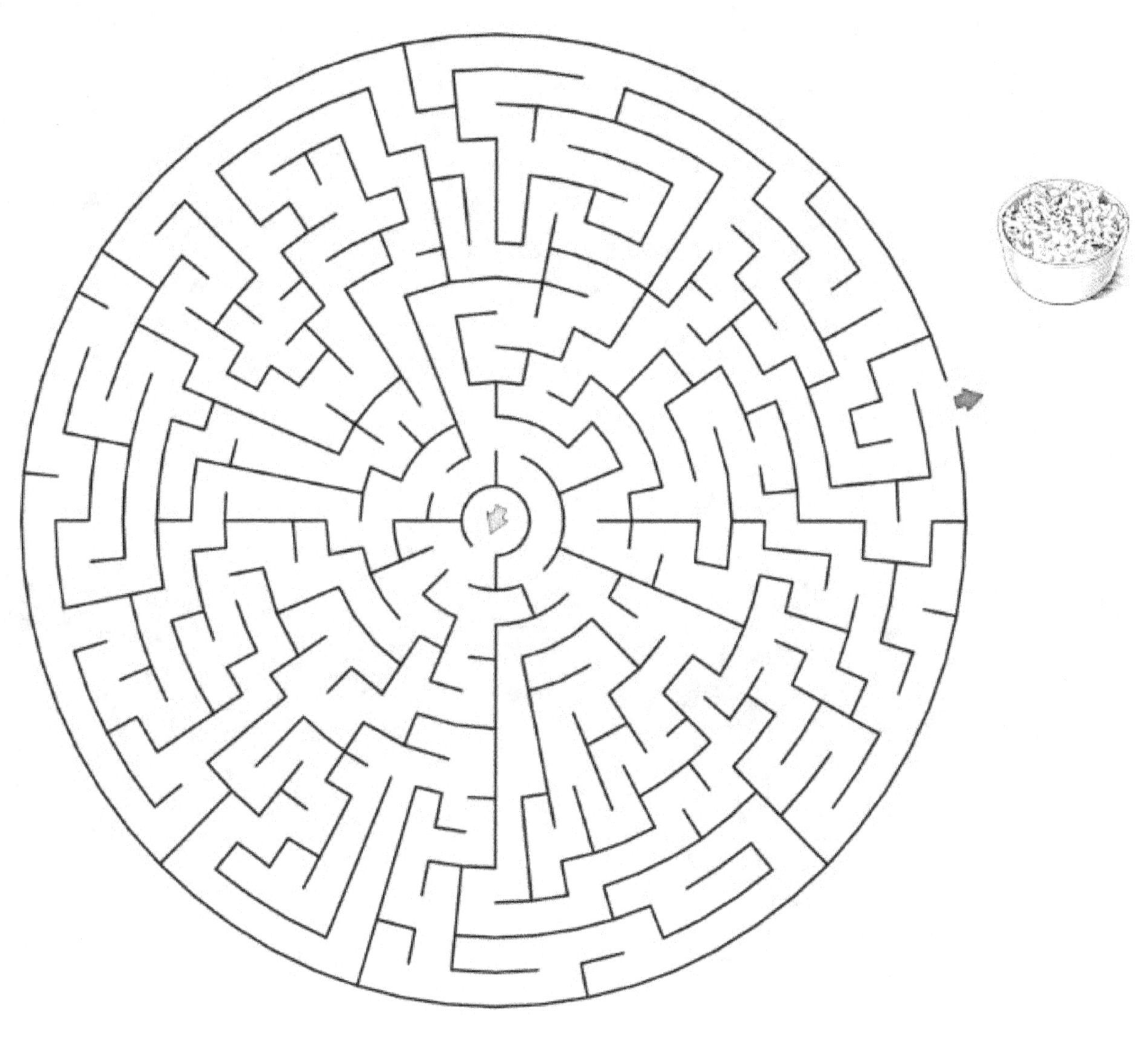

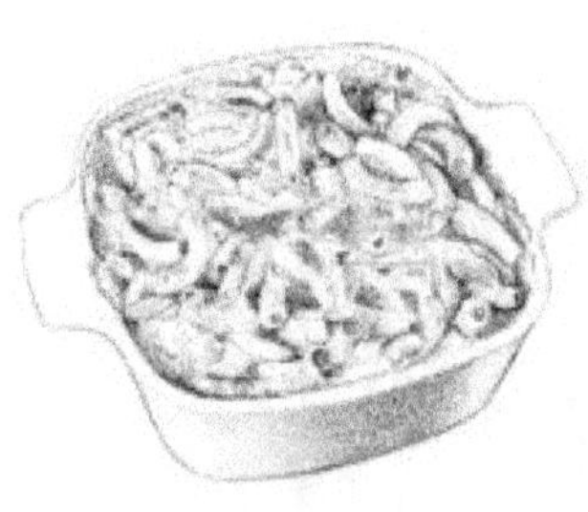

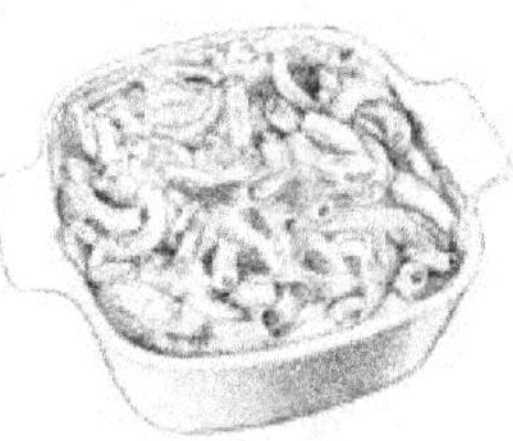

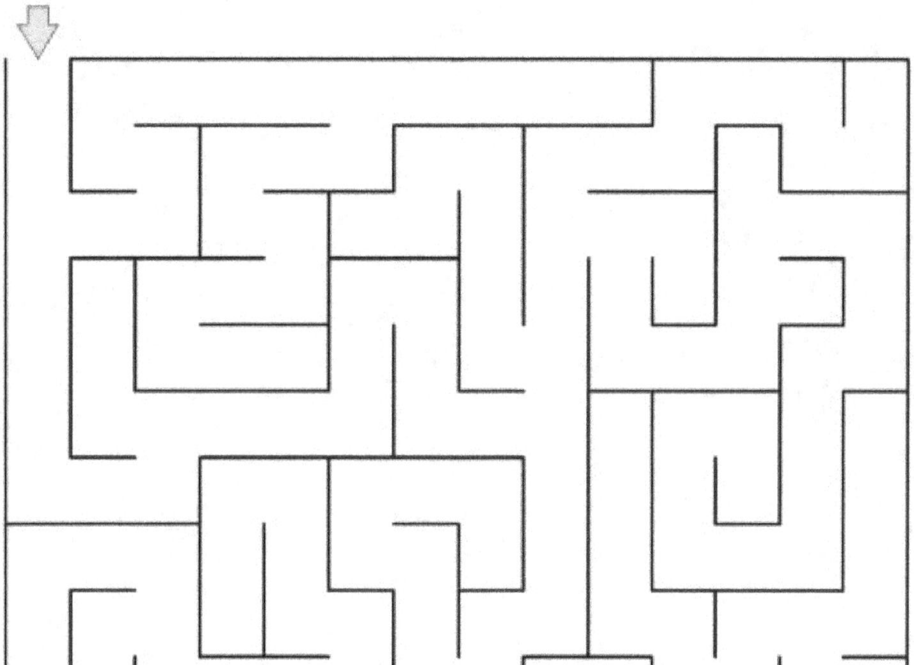

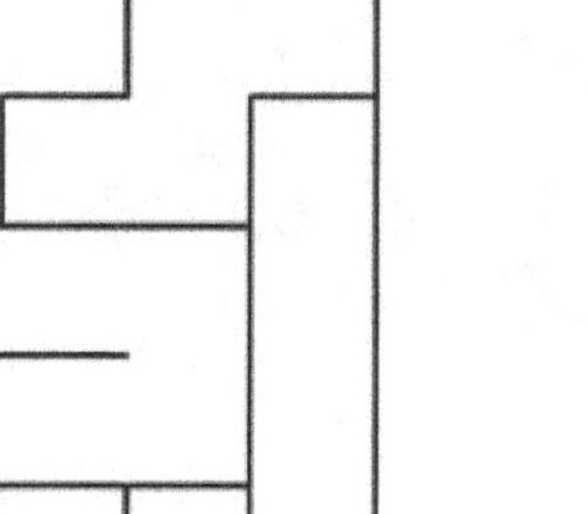

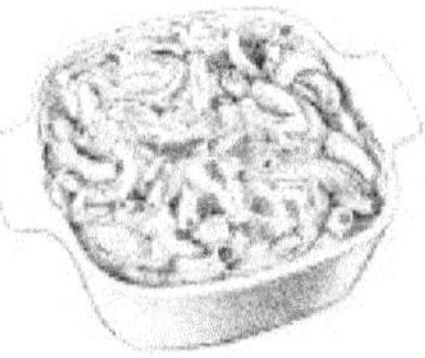

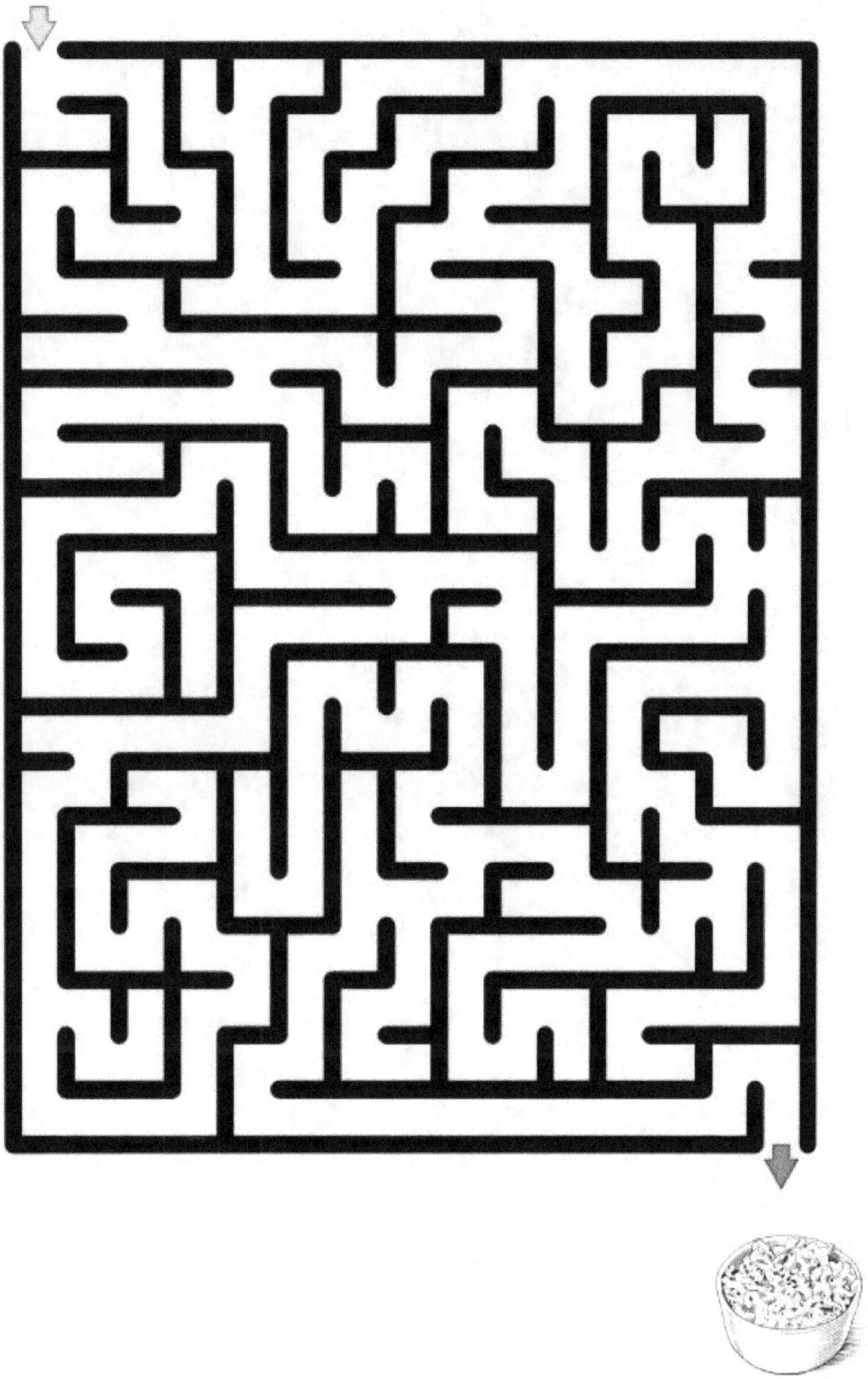

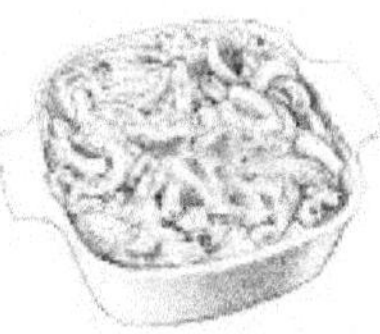

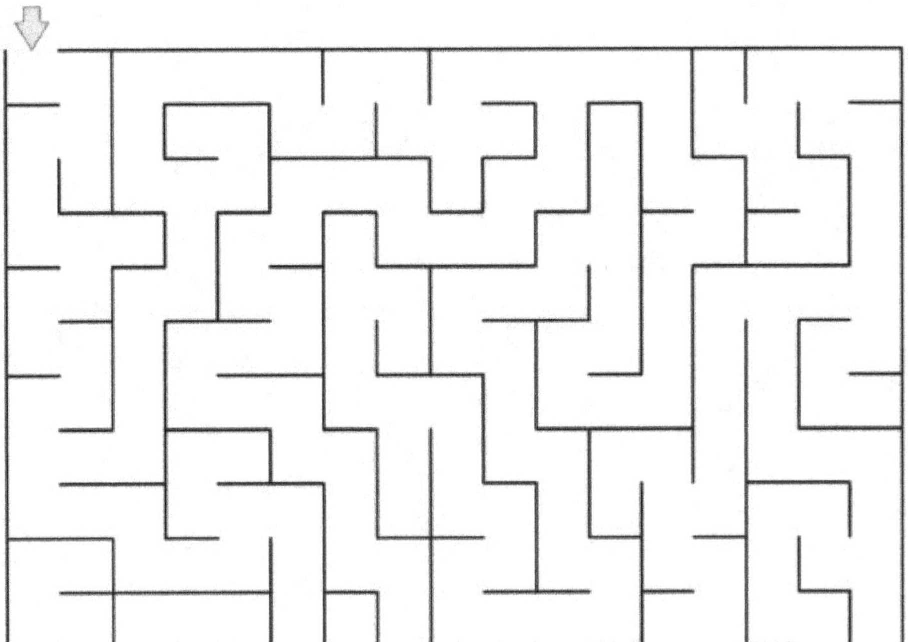

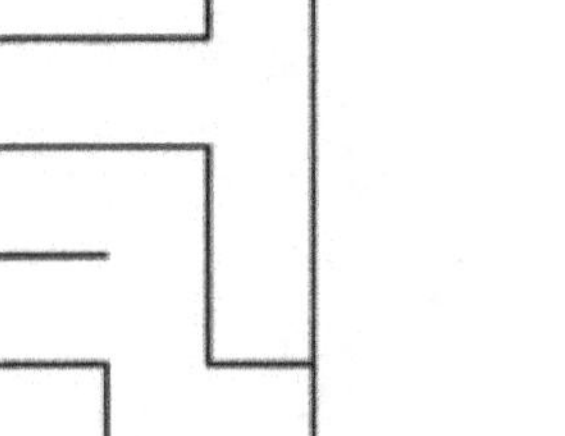

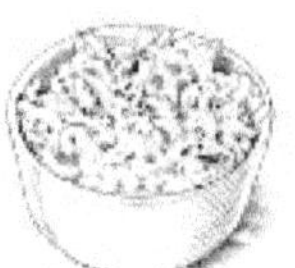